Kiswahili Übungsheft 1

Sebastian Müller

AF196117

Bibliografische Information der Deutschen Nationalbibliothek:
Die Deutsche Nationalbibliothek verzeichnet diese Publikation in der
Deutschen Nationalbibliografie; detaillierte bibliografische Daten sind im
Internet über http://dnb.dnb.de abrufbar.

Zeichnungen (Cover): Deodatius D. Lyimo (mit freundlicher Genehmigung
von Mission EineWelt)

Herstellung und Verlag: BoD – Books on Demand, Norderstedt

ISBN: 9783755729747

VORWORT

Du hast Dir bereits grundlegende Grammatik des Kiswahili und ein Grundvokabular angeeignet und möchtest beides durch Übungen nochmals vertiefen? Dann ist dieser Übungsband hervorragend für Dich geeignet. Der Übungsband ermöglicht gezielt Schritt für Schritt erlernte Grammatik als auch Vokabeln zu trainieren und Gelerntes zu festigen.

Vor Dir hast Du den ersten Band der Reihe ‚Kiswahili Grammatik und Vokabel Training'. Jeder Band orientiert sich an der Struktur der Unterrichtsmaterialen der Sprachkurse von Mission EineWelt ‚Sprachkurs Kiswahili' 1-4. Die Sprachkursmaterialien sind direkt über Mission eine Welt zu beziehen bzw. werden in den Präsenzkursen bereitgestellt. Für nähere Informationen zu den Kursen und Sprachkursmaterialien siehe https://mission-einewelt.de. Du hast den Sprachkurs nicht besucht? Die Übungen sind so aufgebaut, dass auch Interessierte den Band für ein erfolgreiches Training nutzen können, die den Sprachkurs nicht besucht haben. Mit einem Basis-Knowhow der Grammatik und einem Wörterbuch zur Hand oder einem Online-Dictionary sind auch die Vokabeln in greifbarer Nähe und es kann losgehen mit den Lernerfolgen.

Der Übungsband ist speziell für das selbstständige Training gestaltet. TEIL 1 liefert Dir dafür abwechslungsreiche Übungsformate zu Grammatik, Vokabeln und Floskeln. Um eine Lernkontrolle zu ermöglichen, werden Dir die Lösungen zu den Übungen im TEIL 2 gleich mitgeliefert.

Ich wünsche Dir viel Freude und die Möglichkeit durch die Übungen, das Erlernte zu verstätigen, so dass sich durch einen sicheren Umgang mit dem Kiswahili vielfältige Begegnungen ermöglichen. Viel Spaß

INHALT

TEIL 1 ÜBUNGEN **8**

1. Aussprache 7

2. Verben 8

3. Die Einfache Befehlsform 9

4. Kusalimiana na kuagana – Begrüßen und Verabschieden 11

5. Personalpronomen 15

6. Wakati uliopo "kuwa" – Gegenwart "sein" 16

6.2. Kukanusha "kuwa" – Verneinen "sein" 18

7. Kujitambulisha – Sich vorstellen...............................21

8. Nominalklassen 1 (ki/vi und m/wa) 31

9. Genitivkonstruktion 36

10. Wakati uliopo "kuwa na" – Gegenwart "haben" 38

11. Satzbildung mit Subjekt und Prädikat......................42

12. Possessivpronomen 54

TEIL 2 – LÖSUNGEN **59**

1. Aussprache..60

2. Verben 61

3. Die Einfache Befehlsform 61

4. Kusalimiana na kuagana – Begrüßen und Verabschieden 62

5. Personalpronomen 64

6. Wakati uliopo "kuwa" – Gegenwart "sein" 65

6.2. Kukanusha "kuwa" – Verneinen "sein" 66

7. Kujitambulisha – Sich vorstellen 67

8. Nominalklassen 1 (ki/vi und m/wa) 73

9. Genitivkonstruktion 76

10. Wakati uliopo "kuwa na" – Gegenwart "haben" 77

11. Satzbildung mit Subjekt und Prädikat 79

12. Possessivpronomen 86

TEIL 1 ÜBUNGEN

1. Aussprache

Konsonanten	Lautschrift	Ausspracheübung
ch	[tsch] wie im Englischen (engl.). „champion"	chakula (Speise), kuchelewa (verspäten)
j	im Wortinneren: [dsch] (engl.) „joy" am Wortanfang: [dj] wie in „Nadja"	jicho(Auge), njia (Weg), jamani (Hilfe, Meine Güte)
r	mit Zungenspitze gerolltes „r"	redio (Radio), umri (Alter)
s	[ß] scharfes, stimmloses „s" wie in „Fass"	safi (sauber), sebule (Wohnzimmer)
sh	[sch] wie in „Schule"	sh (Schule)
th	englisches th wie in (engl.) „think"	theluji (Eis, Frost), methali (Sprichwort)
w	[w] wie in „Wolke"	viatu (Schuhe), viti (Stühle)
y	[u] gebunden wie (engl.) „water"	watu (Menschen), walimu (Lehrer)
z	[j] wie (engl.) „yes"	nyama (Fleisch), mnyama (Tier)
	[s] stimmhaft, wie in Rose	Zanzibar (Sansibar), Zahanati (Krankenstation)

Konsonanten ohne Entsprechung im Deutschen oder Englischen:

dh	[th] wie in. „that"	dhambi (Sünde)
gh	ähnlich wie in „Drachen" [ch], im Gaumen gesprochen	ghafla (plötzlich)
ng'	[ng] „g" nicht hörbar	ng'ombe (Kuh)
ny	[nj] wie in „Cognac"	nyasi (Gras)

2. Verben

2.1. Zoezi la kwanza: Verben – Erste Übung: Verben

Unganisha misamiati na utafsiri unaofaa. – Verbinde die Vokabeln mit der passenden Übersetzung.

kutafsiri	Das Antworten
kuandika	Das Auswählen
kujibu	Das Übersetzen
kusoma	Das Lesen, Das Lernen
kuchagua	Das Schreiben

2.2. Zoezi la pili: Verben – Zweite Übung: Verben

Tafsiri kwa kijerumani. – Übersetze ins Deutsche.

-jibu   _____

-soma   _____

-andika   _____

-uliza   _____

-chagua   _____

-tafsiri   _____

2.3. Zoezi la tatu: Verben – Dritte Übung: Verben

Tunga ‚Infinitiv' na tafsiri. – Bilde den Infinitiv und übersetze.

-lala   _____

-fika   _____

-simama   _____

-rudi   _____

-acha   _____

3. Die Einfache Befehlsform

3.1. Zoezi la kwanza: Einfache Befehlsform – Erste Übung: Einfache Befehlsform

Unganisha misamiati na utafsiri unaofaa. – Verbinde die Vokabeln mit der passenden Übersetzung.

Cheza!	Singt!
Imba!	Bringt!
Imbeni!	Spiele!
Tafsiri!	Übersetze!
Njoo!	Singe!
Nendeni!	Komm!
Leteni!	Geht!

3.2. Zoezi la pili: Einfache Befehlsform – Zweite Übung: Einfache Befehlsform

Ordne zu: Einzahl oder Mehrzahl – Panga: Umoja au Wingi

Imba! – Tafsiri! – Imbeni! – Chezeni! – Njoo! – Njooni! – Nenda! – Lete!

Umoja – Einzahl	Wingi – Mehrzahl

3.3. Zoezi la tatu: Einfache Befehlsform – Dritte Übung: Einfache Befehlsform

Chagua utafsiri ulio sahihi. – Wähle die richtige Übersetzung aus.

Chezeni! Chezo! Cheza!	Spielt!
Imbaba! Imba! Imbeni! Imbi!	Singt!
Imba! Omba!I Amba!	Sing!
Safiri! Safrini! Tafsaru! Tafsiri!	Übersetze!
Kuja! Njoe! Njoo! Noja!	Komm!
Endeni! Nendeni! Nende!	Geht!
Letani! Letini! Letoni! Leteni!	Bringt!

10

4. Kusalimiana na kuagana – Begrüßen und Verabschieden

4.1. Zoezi la kwanza: Inaitwaje kwa kiswahili? – Erste Übung: Wie heißt es auf Kiswahili?

Unganisha misamiati na utafsiri unaofaa. – Verbinde die Vokabeln mit der passenden Übersetzung.

a)

Habari ya kuamka?	Friedlich
Habari za mchana?	Mir geht es gut.
Habari ya asubuhi?	Geht es Dir gut?
Habari za jioni?	Gut – Auf Fragen mit ‚habari'
Nzuri!	Bist Du aufgewacht? [Neuigkeit des Aufwachens?]
Salama!	Guten Abend [Neuigkeiten des Abends?] Wie
Hujambo?	Guten Morgen [Neuigkeit des Morgens?]
Sijambo.	Guten Tag [Neuigkeit des Mittags?]

b)

Umelalaje?	Wie hast Du die Zeit verbracht?
Umeamkaje?	Geht es Euch gut?
Vizuri!	cool
Umeshindaje?	Wie bist Du aufgewacht? [Du aufgewacht wie?]
Mambo vipi?	Gut [Auf Begrüßungen mit dem Fragepartikel –je]
Poa.	Uns geht es gut.
Hamjambo?	Wie hast Du geschlafen?
Hatujambo.	Was geht? [Wie sind die Angelegenheiten?]

c)

Kwema?	Ich nehme Deine Begrüßung an
Mzima?	Ich grüße dich respektvoll!
Shikamoo.	Vollständig?/! Ganz?/! (übertragen: gut)
Marahaba.	Ihm/Ihr geht es gut.
Hajambo?	Gut [örtlich]
Hajambo.	Wir sehen uns, so Gott will.
Kwa kheri./ Kwa kherini.	Auf Wiedersehen [Mit Glück]
Tutaonana Mungu akipenda.	Geht es ihm/ihr gut?

4.2. Zoezi la pili: Salamu au Maagano – Zweite Übung: Begrüßung oder Verabschiedung

Sortierte die Begrüßungen und Verabschiedungen

U hali gani / Tutaonana / Habari ya kuamka / Shikamoo / Kwa kheri / Mzima / Hujambo / Baadaye

Begrüßung	Verabschiedung

4.3. Zoezi la tatu: Salamu na majibu yanayofaa – Dritte Übung: Begrüßungen und passende Antworten

Unganisha salamu na jibu linalofaa. – Verbinde die Begrüßung mit der passenden Antwort.

a)

Mambo	Vizuri.
Hujambo	Kwa kheri.
Salama?	Salama!
Umelalaje?	Poa.
Habari za kuamka?	Nzuri.
Kwa kheri	Sijambo.

b)

Vipi?	Vizuri.
Hamjambo?	Sijambo
Kumekucha?	Nzuri-
Umeamkaje?	Safi.
Hujambo?	Hatujambo!
Habari za jioni?	Kumekucha!

c)

Umeshindaje?	Mzima.
Hajambo.	Vizuri.
Mambo vipi?	Marahaba.
U hali gani?	Salama.
Mzima?	Hajambo.
Shikamoo.	Freshi.

5. Personalpronomen

5.1. Zoezi la kwanza: Umoja au Wingi – Erste Übung: Einzahl oder Mehrzahl

Ordne zu – Einzahl oder Mehrzahl

mimi / sisi / nyinyi / yeye/ wewe / wao

Umoja – Einzahl	Wingi – Mehrzahl

5.2. Zoezi la pili: Personalpronomen – Zweite Übung: Personalpronomen

Unganisha Personalpronomen na utafsiri unaofaa. – Verbinde das Personalpronomen mit der passenden Übersetzung

Ich	wewe
Du	nyinyi
Er/ Sie/ Es	wao
Wir	yeye
Ihr	mimi
Sie	sisi

6. Wakati uliopo "kuwa" – Gegenwart "sein"

6.1.1. Zoezi la kwanza: "kuwa" – Erste Übung "sein"

Unganisha "kuwa" na utafsiri unaofaa. – Verbinde "sein" mit der passenden Übersetzung.

Ich bin	wao ni
Du bist	wewe ni
Er/ Sie/ Es ist	nyinyi ni
Wir sind	mimi ni
Ihr seid	yeye ni
Sie sind	sisi ni

6.1.2. Zoezi la pili: "kuwa" – Zweite Übung "sein"

Unganisha sentensi na utafsiri unaofaa. – Verbinde die Sätze mit der passenden Übersetzung.

a)

Mimi ni mkulima.	Sie sind ein Bauern.
Yeye ni mwanafunzi.	Sie sind Deutsche.
Bibi Asha ni mama.	Ihr seid Schüler*Innen.
Wao ni wakulima.	Ich bin eine Bäuerin.
Nyinyi ni wanafunzi.	Bibi Asha ist Mutter.
Wao ni wajerumani	Sie ist eine Schülerin.

b)

Mini na wewe ni wanaadamu.	Wir sind Lehrer*innen.
Bi Asha na mzee Paulo ni wazee.	Sie sind Bauern/Bäuerinnen.
Yeye ni mwalimu.	Er ist Lehrer.
Sisi ni walimu.	Ich und Du, wir sind Menschen.
Wao ni wakulima.	Ich bin ein Kind.
Mimi ni mtoto.	Bi Asha und Mzee Paulo sind alte Leute.

6.1.3 Zoezi la tatu "kuwa": Tafsiri – Dritte Übung "sein": Übersetze

Tafsiri kwa kijerumani. – Übersetze ins Deutsche.

a)

Mimi na wewe ni watoto.　＿＿＿＿＿＿＿＿＿＿＿＿＿＿＿＿＿

Husseni ni mzee.　＿＿＿＿＿＿＿＿＿＿＿＿＿＿＿＿＿

Bi Asha ni mwanamke.　＿＿＿＿＿＿＿＿＿＿＿＿＿＿＿＿＿

Wewe ni mwalimu?　＿＿＿＿＿＿＿＿＿＿＿＿＿＿＿＿＿

Yeye ni mwanafunzi.　＿＿＿＿＿＿＿＿＿＿＿＿＿＿＿＿＿

Sisi ni wajerumani.　＿＿＿＿＿＿＿＿＿＿＿＿＿＿＿＿＿

b)

Sie ist Tansanier*In. _____

Er ist Lehrer. _____

Wir sind Schüler*innen. _____

Ich bin Mutter und Du bist Vater. _____

Upendo ist ein Kind. _____

Der Lehrer ist ein alter Mann. _____

6.2. Kukanusha "kuwa" – Verneinen "sein"

6.2.1. Zoezi la kwanza: Kukanusha "kuwa" – Erste Übung: Verneinen "sein"

Unganisha maneno na utafsiri unaofaa. – Verbinde die Wörter mit der passenden Übersetzung.

Ich bin nicht	sisi si
Du bist nicht	wewe si ′
Er/ Sie/ Es ist nicht	nyinyi si
Wir sind nicht	yeye si
Ihr seid nicht	mimi si
Sie sind nicht	wao si

6.2.2. Zoezi la pili: Kukanusha "kuwa" – Zweite Übung: Verneinen "sein"

Unganisha sentensi na utafsiri unaofaa. – Verbinde die Sätze mit der passenden Übersetzung.

a)

Yeye si mkulima.	Wir sind keine Tansanier.
Wao si watangazaji.	Sie sind keine Lehrer*Innen.
Wao si walimu.	Sie sind keine Moderator*innen.
Sisi si Watanzania.	Er ist keine Bäuerin/ kein Bauer.

b)

Sisi si wanyama.	Er ist kein Bauer.
Wao si vijana.	Ich bin kein Kind.
Yeye si mkulima.	Wir sind keine Tiere.
Sisi si wafaransa.	Seid ihr Bauern/ Bäuerinnen?
Je, nyinyi ni wakulima?	Sie sind keine jungen Leute.
Mimi si mtoto.	Wir sind keine Franzosen/ Französinnen.

c)

Mimi ni mkulima.	Du bist Schüler*in.
Wewe ni mwanafunzi.	Ihr seid Lehrer*Innen.
Yeye ni mkulima pia.	Ich bin Bauer/ Bäuerin.
Sisi ni wanafunzi.	Sie sind auch Bauern/ Bäuerinnen.
Nyinyi ni walimu.	Sie ist auch Bäuerin.
Wao ni wakulima pia.	Wir sind Schüler*Innen.

6.2.3. Zoezi la tatu: Kukanusha "kuwa" – Dritte Übung: Verneinen "sein"

Tafsiri sentensi zifuatazo. – Übersetze die folgenden Sätze.

1. Mzee Hussein ist kein Bauer.

   _____

2. Upendo ist eine Schülerin und keine Lehrerin.

   _____

3. Seid ihr Tansanier?

   _____

4. Er ist kein Lehrer, er ist ein Schüler.

   _____

5. Wir sind Deutsche und keine Franzosen.

   _____

7. Kujitambulisha – Sich vorstellen

🔊 **Klaus na Baraka wanajitambulisha.**

> Klaus: Unaitwa nani?
> Baraka: Ninaitwa Baraka. Wewe je?
> Klaus: Mimi ni Klaus, ninatoka Ujerumani.
> Baraka: Karibu sana, Klaus.
> Klaus: Asante, je unaishi wapi?
> Baraka: Ninaishi Iringa.
> Klaus: Unafanya kazi gani?
> Baraka: Mimi ni mkulima.
> Klaus: Nimefurahi kukufahamu.

7.1. Zoezi la kwanza: Klaus na Baraka wanajitambulisha.– Erste Übung: Klaus und Baraka stellen sich vor.

Unganisha sentensi na utafsiri unaofaa. – Verbinde die Sätze mit der passenden Übersetzung.

a)

Klaus: Unaitwa nani?	Ich werde Baraka genannt. Und du?
Baraka: Ninaitwa Baraka. Wewe je?	Herzlich Willkommen, Klaus.
Klaus: Mimi ni Klaus, ninatoka Ujerumani.	Wie wirst Du genannt?
Baraka: Karibu sana, Klaus.	Ich bin Klaus, ich komme aus Deutschland.

b)

Klaus: Asante, je unaishi wapi?	Ich freue mich Dich kennenzulernen.
Baraka: Ninaishi Iringa.	Was machst Du beruflich?
Klaus: Unafanya kazi gani?	Ich bin Bauer.
Baraka: Mimi ni mkulima.	Danke. Wo lebst Du?.
Klaus: Nimefurahi kukufahamu.	Ich lebe in Iringa.

7.2. Zoezi la pili: Klaus na Baraka wanajitambulisha.– Zweite Übung: Klaus und Baraka stellen sich vor.

Tafsiri sentensi zifuatazo. – Übersetze die folgenden Sätze.

1. Anaitwa nani?

_____

2. Unaitwa Klaus au Baraka?

_____

3. Je, unaishi Berlin au Hamburg?

_____

4. Anaishi Tanga.

_____

5. Anafanya kazi gani?

_____

6. Yeye ni mkulima.

_____

7.3. Zoezi la tatu: Klaus na Baraka wanajitambulisha.– Dritte Übung: Klaus und Baraka stellen sich vor.

Tafsiri na jibu maswali yafuatayo. – Übersetze und beantworte die folgenden Fragen:

1. Je, Klaus anatoka wapi?

---

2. Je, Baraka anaishi Tanga?

---

3. Je, Baraka ni mwalimu?

---

4. Je, Klaus anatoka Tanzania?

---

5. Je, Baraka na Klaus ni Wakenya?

7.4. Zoezi la nne: Baraka anajitambulisha.– Vierte Übung: Baraka stellt sich vor.

🔊 Baraka anajitambulisha. – Baraka stellt sich vor.

Ninaitwa Baraka.
Ninatoka Bukoba.
Ninakaa Iringa, Tanzania.
Mimi ni mkulima.
Ninapenda kucheza karata.

Unganisha sentensi na utafsiri unaofaa. – Verbinde die Sätze mit der passenden Übersetzung.

Ninaitwa Baraka.	Ich bin Bauer.
Ninatoka Bukoba.	Ich mag es Karten zu spielen.
Ninakaa Iringa, Tanzania.	Ich wohne in Iringa, Tanzania.
Mimi ni mkulima.	Ich komme aus Bukoba.
Ninapenda kucheza karata.	Ich heiße Baraka.

7.5. Zoezi la tano: Baraka anajitambulisha.– Fünfte Übung: Baraka stellt sich vor.

Tafsiri na jibu maswali yafuatayo. – Übersetzte und beantworte die folgenden Fragen.

1. Je Baraka anatoka wapi?

_____

2. Baraka anakaa Bukoba au Iringa?

_____

3. Je Baraka ni mkulima?

_____

4. Je Baraka anapenda nini?

_____

5. Je Baraka ni mkenya au mjerumani?

_____

7.6. Zoezi la sita: Baraka anajitambulisha.– Sechste Übung: Baraka stellt sich vor.

Tafsiri sentensi zifuatazo. – Übersetze die folgenden Sätze.

1. Baraka ist Tanzanier.

_____

2. Er kommt aus Bukoba aber jetzt lebt er in Iringa.

_____

3. Ich bin Deutsche*r. Und du?

_____

4. Wir kommen aus Dar es Salaam, aber jetzt wohnen wir in Dodoma.

_____

5. Ich bin Schüler*in.

_____

7.7. Zoezi la saba: Neema anajitambulisha. – Siebte Übung: Neema stellt sich vor.

🔊 Neema anajitambulisha. – Neema stellt sich vor.

Jina langu ni Neema.
Ninatoka Mwanza.
Ninaishi Iringa, Tanzania.
Ninafanya kazi ya uwalimu.
Mimi ni mke wa Baraka.

Unganisha sentensi na utafsiri unaofaa. – Verbinde die Sätze mit der passenden Übersetzung.

Jina langu ni Neema.	Ich arbeite in der Lehre/ Ich bin Lehrerin.
Ninatoka Mwanza.	Mein Name ist Neema.
Ninaishi Iringa, Tanzania.	Ich bin die Frau Barakas.
Ninafanya kazi ya uwalimu.	Ich komme aus Mwanza.
Mimi ni mke wa Baraka.	Ich leben in Iringa, Tansania.

7.8. Zoezi la nane: Neema anajitambulisha. – Achte Übung: Neema stellt sich vor.

Tafsiri na jibu maswali yafuatayo. – Übersetze und beantworte die folgenden Fragen.

1. Je Neema anatoka wapi?

_____

2. Neema anaishi Iringa?

_____

3. Je Neema ni mkulima?

_____

4. Je Neema ni mke wa Mzee Hussein?

_____

5. Je Neema ni mchina?

_____

7.9. Zoezi la tisa: Neema anajitambulisha. – Neunte Übung: Neema stellt sich vor.

Tafsiri sentensi zifuatazo. – Übersetze die folgenden Sätze.

1. Neema ist keine Deutsche, sondern sie Tansanierin.

_____

2. Sie ist Barakas Frau.

_____

3. Kommst Du auch aus Tanzania?

_____

4. Nein, Ich komme aus Deutschland.

_____

5. Neema ist Lehrerin und Baraka ist Bauer.

_____

7.10. Zoezi la kumi: Upendo anajitambulisha. – Zehnte Übung: Upendo stellt sich vor.

🔊 **Upendo anajitambulisha. – Upendo stellt sich vor.**

Mimi ni Upendo.
Mimi ni Mtanzania.
Ninakaa Iringa, Tanzania.
Mimi ni mtoto wa Baraka na Neema.
Mimi ni mwanafunzi.
Ninapenda sana kucheza mpira.

Unganisha sentensi na utafsiri unaofaa. – Verbinde die Sätze mit der passenden Übersetzung.

Mimi ni Upendo.	Ich wohne in Iringa, Tanzania.
Mimi ni Mtanzania.	Ich bin Schülerin.
Ninakaa Iringa, Tanzania.	Ich spiele sehr gerne Ball.
Mimi ni mtoto wa Baraka na Neema.	Ich bin das Kind von Baraka und Neema.
Mimi ni mwanafunzi.	Ich bin Upendo.
Ninapenda sana kucheza mpira.	Ich bin Tansanierin

7.11. Zoezi la kumi na moja: Upendo anajitambulisha.– 11. Übung: Upendo stellt sich vor.

Tafsiri na jibu maswali yafuatayo. – Übersetze und beantworte die folgenden Fragen.

1. Je, mtoto wa Baraka na Neema anaitwa nani?

_____

2. Upendo anaishi Dar es Salaam?

_____

3. Je, Upendo ni Mkenya? Ist Upendo eine Kenianerin?

_____

4. Je, Upendo anapenda sana kucheza mpira?

_____

5. Je, Upendo ni mtoto wa Bi Asha na Mzee Hussein?

_____

7.12. Zoezi la kumi na mbili: Upendo anajitambulisha.– Zwölfte Übung: Upendo stellt sich vor.

Tafsiri sentensi zifuatazo. – Übersetze die folgenden Sätze.

1. Upendo ist Tansanierin?

_____

2. Upendo spielt gerne Karten oder spielt sie sehr gerne Ball?

_____

3. Upendo kommt aus Iringa und wohnt in Iringa?

_____

4. Upendo ist keine Lehrerin, sie ist Schülerin.

_____

5. Upendo ist nicht das Kind von Mzee Hussein und Bi Asha, sondern von Baraka und Neema?

_____

7.13. Zoezi la kumi na tatu: Kujitambulisha – Dreizehnte Übung: Das sich Vorstellen

Tumia jedwali kutunga sentensi. – Nutze die Tabelle um Sätze zu bilden.

	nafsi	jina	nchi	nyumbani	kazi
1	mimi	Klaus	Ujerumani	München	mwalimu
2	mimi	Daniel	Ujerumani	Augsburg	mwalimu
3	yeye	Klaudia	Tanzania	Arusha	mkulima
4	Sisi	Pedro / Maria	Mzumbiji	Maputo	mwanafunzi wa chuo kikuu
5	wao	Luis / Hanna	Ufaransa	Lyon	wanafunzi

1. Mimi ni Klaus. (Mimi) ninatoka Ujerumani. (Mimi) ninakaa München. Mimi ni mwalimu.

2.
_____

3.
_____

4.
_____

5.
_____

8. Nominalklassen 1 (ki/vi und m/wa)

8.1. Zoezi la kwanza: Nominalklassen 1 [ki/vi]. – Erste Übung: Nominalklassen 1 [ki/vi]

Unganisha neno na utafsiri unaofaa. – Verbinde das Wort mit der passenden Übersetzung.

a)

kitu	Stuhl
kisosi	Toilette
choo	Unterteller
kitanda	Tuch
kiti	Kartoffel
kinu	Mörser
kiazi	Zimmer
kitambaa	Ding
chumba	Bett

b)

kitabu	Insel
kikapu	Löffel
kidole	Korb
chandarua	Finger
kijiko	Brust
kichwa	Moskitonetz
kifua	Buch
kisiwa	Kopf

c)

kiingereza	Stück
kiatu	Messer
kijerumani	Deutsch
kipande	Suaheli
kisu	English
chakula	Tontopf
kiswahili	Essen
chungu	Schuh

8.2. Zoezi la pili: Nominalklassen 1 [ki/vi] – Zweite Übung: Nominalklassen 1 [ki/vi]

Ordne zu: Einzahl oder Mehrzahl – Panga: Umoja au Wingi

vitu, choo, kiti, vyumba, kinu, vyandarua, viti, kitanda, vipande, kisosi, visosi, viazi, kisiwa, kikapu, vitabu, vyakula, chumba, vyoo, kitambaa

Umoja – Einzahl	Wingi – Mehrzahl

8.3. Zoezi la tatu: Nominalklassen 1 [ki/vi] – Dritte Übung: Nominalklassen 1 [ki/vi]

Bilde die Mehrzahl, danach übersetze – Tunga wingi, halafu tafsiri.

kiti _____

kichwa _____

kiazi _____

kichwa _____

kisiwa _____

chandarua _____

kitabu _____

kisu _____

choo _____

kijiko _____

chumba _____

kidole _____

kitambaa _____

kiatu _____

chakula _____

8.4. Zoezi la nne: Nominalklassen 1 [m/wa] – Vierte Übung: Nominalklassen 1 [m/wa]

Unganisha neno na utafsiri unaofaa. – Verbinde das Wort mit der passenden Übersetzung.

mwanadamu	Koch
mpishi	Künstler
mwanasiasa	Kindergärtner
mkunga	Soldat
mfanyabiashara	Händler, Geschäftsmann/-frau
msanii	Kranker
mwalimu wa chekechea	Mensch
mgonjwa	Politiker
mwanajeshi	Hebamme

8.5. Zoezi la tano: Nominalklassen 1 [m/wa] – Fünfte Übung: Nominalklassen 1 [m/wa]

Ordne zu: Einzahl oder Mehrzahl – Panga: Umoja au Wingi

wanyama; waganga, mhasibu, mwanasheria, mwinjilisti, wanasheria, muhandisi, mgeni, wachungaji, mlevi, mzungu, wahudumu, mtangazaji, wenyeji, wadudu, wajinga, mwandishi wa habari, mhindi, wenyeji

Umoja – Einzahl	Wingi – Mehrzahl

34

8.6. Zoezi la sita: Nominalklassen 1 [m/wa] – Sechste Übung: Nominalklassen 1 [m/wa]

Tafsiri sentensi zifuatazo. – Übersetze die folgenden Sätze.

1. Mimi ni Mchina.

   _____

2. Yeye si Mjerumani.

   _____

3. Mimi ni mwalimu.

   _____

4. Sisi ni wakulima.

   _____

5. Yeye si mtoto.

   _____

6. Sisi ni Wajerumani.

   _____

7. Wewe ni mwanfunzi?

   _____

8. Mimi si mvuvi, mimi ni mhandisi.

   _____

9. Genitivkonstruktion

9.1. Zoezi la kwanza: Genitivkonstruktion – Erste Übung: Genitivkonstruktion

Unganisha sentensi na utafsiri unaofaa. – Verbinde die Sätze mit der passenden Übersetzung.

Der Tontopf des Kochs	Kiti cha wageni
Der Reporter/ Die Reporterin	Viatu vya mkulima
Der Gästestuhl	Watu wa Ufaransa
Die Schuhe des Bauern	Chungu cha mpichi.
Die Menschen aus Frankreich, die Franzosen/Französinnen	Chakula cha mchana
Das Mittagessen	Mwandishi wa habari

9.2. Zoezi la pili: Genitivkonstruktion – Zweite Übung: Genitivkonstruktion

Tafsiri maneno yafuatayo. – Übersetze die folgenden Wörter.

1. Kiti cha mwalimu.

_____

2. Vikapu vya Mama.

_____

3. Vijiko vya wanafunzi.

_____

4.   Visiwa vya Tanzania.

_____

5.   Viatu vya wakulima.

_____

9.3. Zoezi la tatu: Genitivkonstruktion – Dritte Übung: Genitivkonstruktion

Bilde die Mehrzahl, danach übersetze – Tunga wingi, halafu tafsiri.

a)

kiti cha mwalimu   _____

kisiwa cha Kenya   _____

kiatu cha mtoto   _____

kichwa cha mnyama   _____

chungu cha mpishi   _____

b)

mwalimu wa shule   _____

mwanafunzi wa chekechea   _____

mtu wa Ujerumani   _____

mpishi wa shule   _____

mnyama wa Tanzania   _____

10. Wakati uliopo "kuwa na" – Gegenwart "haben"

10.1. Zoezi la kwanza: "kuwa na" – Erste Übung: "haben"

Unganisha "kuwa na" na "kutokuwa na" na utafsiri unaofaa. – Verbinde "haben" und "nicht haben" mit der passenden Übersetzung.

a)

Ich habe (bin mit)	wana
Du hast (bist mit)	tuna
Er/ Sie/ Es hat (ist mit)	mna
Wir haben (sind mit)	una
Ihr habt (seid mit)	ana
Sie haben (sind mit)	nina

b)

Ich habe nicht (bin nicht mit)	hatuna
Du hast nicht (bist nicht mit)	hawana
Er/ Sie/ Es hat nicht (ist nicht mit)	sina
Wir haben nicht (sind nicht mit)	huna
Ihr habt nicht (seid nicht mit)	hana
Sie haben nicht (sind nicht mit)	hamna

10.2. Zoezi la pili: "kuwa na" – Zweite Übung: "haben"

Tafsiri sentensi zifuatazo. – Übersetze die folgenden Sätze.

1. Mwalimu hana kiti.

_____

2. Je, kiti kina mtu?

_____

3. Hapana, kiti hakina mtu, karibu.

_____

4. Je, una kaka au dada?

_____

5. Sina kaka wala dada.

_____

6. Hatuna vijiko wala visu nyumbani.

_____

7. Wanafunzi wana vitabu?

_____

8. Je, una vikapu?

_____

9. Mimi sina vikapu.

_____

10. Lakini nina vyungu.

---

11. Viazi vina vidole?

---

12. Hapana, viazi havina vidole!

---

13. Watu na wanyama wana vidole.

10.3. Zoezi la tatu: "kuwa na" – Dritte Übung: "haben"

Soma ujumbe ufuatao na chagua majibu yaliyo sahihi. – Lies den folgenden Text und wähle die richtigen Antworten aus.

Nyumbani kwa Josephine

Jina langu ni Josephine. Nina miaka tisa. Nina kaka. Sina dada. Sina watoto, mimi ni mtoto! Nyumbani tuna vitu vingi. Jikoni tuna vyungu, vijiko, visu na vikombe. Katika vyumba vya kulala tuna vitanda na vyandarua.

Je, Josephine ana miaka kumi?	a) Ndiyo, Josephine ana miaka kumi
	b) Josephine ana miaka tisa, si miaka kumi.
	c) Josephine ana tisa.
Josephine ana kaka?	a) Josephine hana kaka, lakini ana dada.
	b) Josephine ni kaka
	c) Ndiyo, Josephine ana kaka.

Josephine hana dada, sahihi?	a) Josephine ana dada na kaka.
	b) Si sahihi, Josephine ana dada.
	c) Ni sahihi, Josephine hana dada.
Josephine ni mama na ana watoto?	a) Josephine si mama, Josephine ni mtoto.
	b) Josephine ana mama na ni mama.
	c) Yeye hana watoto, yeye ni mtoto.
Jikoni wana vitu gani?	a) Jikoni wana vyungu, vijiko, vitabu na vikombe.
	b) Hawana jiko.
	c) Jikoni wana vyungu, vijiko, visu na vikombe.
Katika chumba cha kulala wana vitu gani?	a) Katika chumba cha kulala hawana vitu.
	b) Katika chumba cha kulala wana vitanda na vyandarua
	c) Katika chumba cha kulala wana kitanda tu.

11. Satzbildung mit Subjekt und Prädikat

11.1. Zoezi la kwanza: ‚Satzbildung mit Subjekt und Prädikat' – Erste Übung: ‚Satzbildung mit Subjekt und Prädikat'

Unganisha sentensi na utafsiri unaofaa. – Verbinde die Sätze mit der passenden Übersetzung.

a)

Ich singe.	Wanaimba.
Du singst.	Anaimba.
Er/ Sie/ Es singt.	Ninaimba.
Wir singen.	Unaimba.
Ihr singt.	Tunaimba.
Sie singen.	Mnaimba.

b)

Ich spiele.	Wanacheza.
Du spielst.	Mnacheza.
Er/ Sie/ Es spielt.	Tunacheza.
Wir spielen	Anacheza.
Ihr spielt.	Unacheza.
Sie spielen	Ninacheza.

c)

Ich gehe.	Anatembea.
Du gehst	Unatembea.
Er/Sie geht.	Tunatembea.
Wir gehen.	Mnatembea.
Ihr geht.	Wanatembea.
Sie gehen	Ninatembea.

d)

Ich unterhalte mich.	Mnaongea.
Du unterhältst dich.	Tunaongea.
Er/ Sie/ Es unterhält sich.	Ninaongea.
Wir unterhalten uns.	Wanaongea.
Ihr unterhaltet euch.	Unaongea.
Sie unterhalten sich.	Anaongea.

e)

Ich koche.	Unapika.
Du kochst.	Ninapika.
Er/ Sie/ Es kocht.	Anapika.
Wir kochen.	Mnapika.
Ihr kocht.	Tunapika.
Sie kochen.	Wanapika.

f)

Ich denke.	Unafikiri.
Du denkst.	Mnafikiri.
Er/ Sie/ Es denkt.	Anafikiri.
Wir denken.	Wanafikiri.
Ihr denkt.	Ninafikiri.
Sie denken.	Tunafikiri.

11.2. Zoezi la pili: ‚Satzbildung Subjekt & Prädikat' – Zweite Übung: ‚Satzbildung Subjekt & Prädikat'

Unganisha sentensi na utafsiri unaofaa. – Verbinde die Sätze mit der passenden Übersetzung.

a)

Ich sang.	Aliimba.
Du sangst.	Mliimba.
Er/ Sie/ Es sang.	Tuliimba.
Wir sangen.	Niliimba.
Ihr sangt.	Waliimba.
Sie sangen.	Uliimba.

b)

Ich spielte.	Walicheza.
Du spieltest.	Mlicheza.
Er/ Sie/ Es spielte.	Tulicheza.
Wir spielten.	Alicheza.
Ihr spieltet.	Ulicheza.
Sie spielten.	Nilicheza.

c)

Ich ging.	Tulitembea.
Du gingst.	Mlitembea.
Er/ Sie/ Es ging.	Walitembea.
Wir gingen.	Nilitembea.
Ihr gingt.	Ulitembea.
Sie gingen.	Alitembea.

d)

Ich sprach.	Uliongea.
Du sprachst.	Niliongea.
Er/ Sie/ Es sprach.	Aliongea.
Wir sprachen.	Mliongea.
Ihr spracht.	Waliongea.
Sie sprachen.	Tuliongea.

e)

Ich kochte.	Ulipika.
Du kochtest.	Nilipika.
Er/ Sie/ Es kochte.	Alipika.
Wir kochten.	Mlipika.
Ihr kochtet.	Walipika.
Sie kochten.	Tulipika.

f)

Ich dachte.	Nilifikiri.
Du dachtest.	Alifikiri.
Er/ Sie/ Es dachte.	Ulifikiri.
Wir dachten.	Mlifikiri.
Ihr dachtet.	Walifikiri.
Sie dachten.	Tulifikiri.

11.3. Zoezi la tatu: ‚Satzbildung Subjekt & Prädikat' – Dritte Übung: ‚Satzbildung Subjekt & Prädikat'

Unganisha sentensi na utafsiri unaofaa. – Verbinde die Sätze mit der passenden Übersetzung.

a)

Ich werde singen.	Mtaimba.
Du wirst singen.	Wataimba.
Er/ Sie/ Es wird singen.	Tutaimba.
Wir werden singen.	Ataimba.
Ihr werdet singen.	Nitaimba.
Sie werden singen.	Utaimba.

b)

Ich werde spielen.	Utacheza.
Du wirst spielen.	Atacheza.
Er/ Sie/ Es wird spielen.	Tutacheza.
Wir werden spielen.	Nitacheza.
Ihr werdet spielen.	Watacheza.
Sie werden spielen.	Mtacheza.

c)

Ich werde gehen.	Utatembea.
Du wirst gehen.	Watatembea.
Er/ Sie/ Es wird gehen.	Nitatembea.
Wir werden gehen.	Mtatembea.
Ihr werdet gehen.	Tutatembea.
Sie werden gehen.	Atatembea.

d)

Ich werde sprechen.	Wataongea.
Du wirst sprechen.	Mtaongea.
Er/ Sie/ Es wird sprechen.	Ataongea.
Wir werden sprechen.	Utaongea.
Ihr werdet sprechen.	Tutaongea.
Sie werden sprechen.	Nitaongea.

e)

Ich werde kochen.	Mtapika.
Du wirst kochen.	Nitapika.
Er/ Sie/ Es wird kochen.	Utapika.
Wir werden kochen.	Atapika.
Ihr werdet kochen.	Watapika.
Sie werden kochen.	Tutapika.

f)

Ich werde denken.	Tutafikiri.
Du wirst denken.	Mtafikiri.
Er/ Sie/ Es wird denken.	Utafikiri.
Wir werden denken.	Nitafikiri.
Ihr werdet denken.	Watafikiri.
Sie werden denken.	Atafikiri.

11.4. Zoezi la nne: ‚Satzbildung Subjekt & Prädikat' – Vierte Übung: ‚Satzbildung Subjekt & Prädikat'

Unganisha sentensi na utafsiri unaofaa. – Verbinde die Sätze mit der passenden Übersetzung.

a)

Ich habe gesungen.	Umeimba.
Du hast gesungen.	Tumeimba.
Er/ Sie/ Es hat gesungen.	Wameimba.
Wir haben gesungen.	Nimeimba.
Ihr habt gesungen.	Mmeimba.
Sie haben gesungen.	Ameimba.

b)

Ich habe gespielt.	Umecheza.
Du hast gespielt.	Amecheza.
Er/ Sie/ Es hat gespielt.	Nimecheza.
Wir haben gespielt.	Mmecheza.
Ihr habt gespielt.	Wamecheza.
Sie haben gespielt.	Tumecheza.

c)

Ich werde gehen.	Tumetembea.
Du wirst gehen.	Ametembea.
Er/ Sie/ Es wird gehen.	Umetembea.
Wir werden gehen.	Wametembea.
Ihr werdet gehen.	Nimetembea.
Sie werden gehen.	Mmetembea.

d)

Ich habe gesprochen.	Umeongea.
Du hast gesprochen.	Ameongea.
Er/ Sie/ Es hat gesprochen.	Mmeongea.
Wir haben gesprochen.	Nimeongea.
Ihr habt gesprochen.	Tumeongea.
Sie haben gesprochen.	Wameongea.

e)

Ich habe gekocht.	Nimepika.
Du hast gekocht.	Umepika.
Er/ Sie/ Es hat gekocht.	Wamepika.
Wir haben gekocht.	Amepika.
Ihr habt gekocht.	Tumepika.
Sie haben gekocht.	Mmepika.

f)

Ich haben gedacht.	Mmefikiri.
Du hast gedacht.	Nimefikiri.
Er/ Sie/ Es hat gedacht.	Wamefikiri.
Wir haben gedacht.	Umefikiri.
Ihr habt gedacht.	Tumefikiri.
Sie haben gedacht.	Amefikiri.

11.5. Zoezi la tano: ‚Satzbildung mit Subjekt und Prädikat' – Fünfte Übung: ‚Satzbildung mit Subjekt und Prädikat'

Unganisha sentensi na utafsiri unaofaa. – Verbinde die Sätze mit der passenden Übersetzung.

a)

Ich singe.	Nimeimba.
Ich werde singen.	Niliimba.
Ich habe gesungen.	Ninaimba.
Ich sang.	Nitaimba.

b)

Du spielst.	Utacheza.
Du wirst spielen.	Unacheza.
Du hast gespielt.	Ulicheza.
Du spieltest.	Umecheza.

c)

Er/ Sie geht.	Atatembea.
Er/Sie wird gehen.	Anatembea.
Er/Sie ist gegangen.	Alitembea.
Er/Sie ging.	Ametembea.

d)

Wir sprechen	Tutaongea.
Wir werden sprechen.	Tumeongea.
Wir haben gesprochen.	Tuliongea.
Wir sprachen.	Tunaongea.

e)

Ihr kocht	Mtapika.
Ihr werdet kochen.	Mmepika.
Ihr habt gekocht.	Mnapika.
Ihr kochtet.	Mlipika

f)

Sie denken.	Wamefikiri.
Sie werden denken.	Walifikiri.
Sie haben gedacht.	Watafikiri.
Sie dachten.	Wanafikiri.

11.6. Zoezi la sita: ‚Satzbildung mit Subjekt und Prädikat' – Sechste Übung: ‚Satzbildung mit Subjekt und Prädikat'

Tafsiri sentensi zifuatazo. – Übersetze die folgenden Sätze.

1. Nimeimba wimbo.

_____

2. Umecheza karata?

_____

3. Mlipika chakula?

_____

4. Tumeongea na wageni.

_____

5. Wamefikiri kwamba wewe ni mwalimu.

_____

6. Ametembea polepole hadi nyumbani.

_____

7. Nimeshiba.

_____

8. Amelala hadi asubuhi.

_____

9. Alisema hana viatu.

_____

10. Wamekula chakula.

_____

11.7. Zoezi la saba: ‚Satzbildung mit Subjekt und Prädikat' – Siebte Übung: ‚Satzbildung mit Subjekt und Prädikat'

Tunga sentensi kwa kufuatilia maelezo yafuatayo. – Bilde Sätze bei den Du die folgenden Angaben berücksichtigst.

	Zeitangabe	Person	Verb	Ergänzung
1	Gestern (jana)	wir	laufen	viel (nyingi)
2	Gestern	wir	schlafen	früh
3	Vorgestern (juzi)	er	rausgehen/ weggehen	nach draußen am Abend
4	Heute (leo)	sie (pl.)	besuchen	Deutschland

5	Jetzt (sasa)	wir	verstehen	
6	Morgen (kesho)	ihr	wiederholen	Übungen
7	Vorgestern (juzi)	du	kochen	Essen?
8	[Gerade eben]	du	antworten	Frage
9	Morgen	ich	kommen	nach Hause
10	Übermorgen (kesho kutwa)	ich	lesen/lernen	ein Buch

1.	Jana tulitembea nyingi.

2.

_____

3.

_____

4.

_____

5.

_____

6.

_____

7.

_____

8.

12. Possessivpronomen

12.1. Zoezi la kwanza: ‚Possessivpronomen' – Erste Übung: ‚Possessivpronomen'

Unganisha neno na utafsiri unaofaa. – Verbinde das Wort mit der passenden Übersetzung.

a) ki/vi Klasse Singular

mein	chetu
dein	chao
sein	chako
unser	changu
euer	chenu
ihr	chake

b) ki/vi Klasse Plural

meine.	vyenu.
deine	vyangu.
seine	vyako
unsere	vyake
eure	vyetu.
ihre	vyao.

c) m/wa [watu] Klasse (Singular und Plural)

mein(e)	wao
dein(e)	wenu
sein(e)	wetu
unser(e)	wangu
euer(e)	wako
ihr(e)	wake

12.2. Zoezi la pili: ‚Possessivpronomen' – Zweite Übung: ‚Possessivpronomen'

Tafsiri, halafu tunga wingi na tafsiri pia. – Übersetze, dann bilde die Mehrzahl und übersetzte diese auch.

a)

kikombe changu   _____

mtoto wangu   _____

kikapu changu   _____

mwalimu wangu   _____

b)

chandarua chako   _____

mwanafunzi wako   _____

kidole chako   _____

mnyama wako   _____

c)

kiazi chake   _____

mpishi wake   _____

chumba chake   _____

mgeni wake   _____

d)

kitanda chetu   _____

mgeni wetu   _____

kitambaa chetu   _____

msanii wetu   _____

e)

chumba chenu   _____

mchungaji wenu   _____

kichwa chenu   _____

mwanasheria wenu   _____

f)

kisu chao   _____

mkunga wao   _____

kipande chao   _____

mhudumu wao   _____

12.3. Zoezi la tatu: ‚Possessivpronomen' – Dritte Übung: ‚Possessivpronomen'

Chagua utafsiri ulio sahihi. – Verbinde die Sätze mit der passenden Übersetzung

Kisu chake kimeanguka.	Ihr*e Lehrer*in ist angekommen.
Kipande changu kimepotea.	Der/Die Dieb*in trat ins Zimmer ein.
Chungu chao kimevunjika.	Der/Die Angestellte arbeitet zuhause.
Mwalimu wake amefika.	Sein/ Ihr Messer ist heruntergefallen.
Walimu wake walirudi.	Ihre Löffel sind teuer.
Mhudumu anafanya kazi nyumbani.	Ihr Tontopf ist zerbrochen.
Vijiko vyao vina bei.	Mein (An-)Teil ist verloren gegangen.
Mwizi aliingia chumbani.	Seine/ Ihre Lehrer*innen kamen zurück.

12.4. Zoezi la nne: ‚Possessivpronomen' – Vierte Übung: ‚Possessivpronomen'

Tafsiri sentensi zifuatazo. – Übersetze die folgenden Sätze.

1. Visu vyake vina bei.

_____

2. Chakula chao ni viazi tu.

_____

3. Chungu chetu kimepotea.

_____

4. Kesho walimu wetu watafundisha tena.

_____

5. Wanafunzi wao wamerudi nyumbani.

_____

6. Wahudumu wamemaliza kazi.

_____

7. Nina vijiko vyako na kisu chako.

_____

8. Mwizi alitoka chumbani.

_____

9. Wazazi wako wanatoka wapi?

_____

TEIL 2 – LÖSUNGEN

1. Aussprache

Konsonanten	Lautschrift	Ausspracheübung
ch	[tsch] wie im Englischen (engl.). „champion"	chakula (Speise), kuchelewa (verspäten)
j	im Wortinneren: [dsch] (engl.) „joy" am Wortanfang: [dj] wie in „Nadja"	jicho(Auge), njia (Weg), jamani (Hilfe, Meine Güte)
r	mit Zungenspitze gerolltes „r"	redio (Radio), umri (Alter)
s	[ß] scharfes, stimmloses „s" wie in „Fass"	safi (sauber), sebule (Wohnzimmer)
sh	[sch] wie in „Schule"	sh (Schule)
th	englisches th wie in (engl.) „think"	theluji (Eis, Frost), methali (Sprichwort)
w	[w] wie in „Wolke"	viatu (Schuhe),, viti (Stühle)
y	[u] gebunden wie (engl.) „water"	watu (Menschen), walimu (Lehrer)
z	[j] wie (engl.) „yes"	nyama (Fleisch), mnyama (Tier)
	[s] stimmhaft, wie in Rose	Zanzibar (Sansibar), Zahanati (Krankenstation)

Konsonanten ohne Entsprechung im Deutschen oder Englischen:

dh	[th] wie in. „that"	dhambi (Sünde)
gh	ähnlich wie in „Drachen" [ch], im Gaumen gesprochen	ghafla (plötzlich)
ng'	[ng] „g" nicht hörbar	ng'ombe (Kuh)
ny	[nj] wie in „Cognac"	nyasi (Gras)

2. Verben
2.1. Erste Übung: Verben – Zoezi la kwanza

kutafsiri	Das Übersetzen
kuandika	Das Schreiben
kujibu	Das Antworten
kusoma	Das Lesen, Das Lernen
kuchagua	Das Auswählen

2.2. Zoezi la pili: Verben – Zweite Übung: Verben

-jibu	antworten
-soma	lesen
-andika	schreiben
-uliza	fragen
-chagua	auswählen
-tafsiri	übersetzen

2.3. Zoezi la tatu: Verben – Dritte Übung: Verben

-lala	kulala (das Schlafen)
-fika	kufika (das Ankommen)
-simama	kusimama (das Stehen)
-rudi	kurudi (das Zurückkehren)
-acha	kuacha (unterlassen)

3. Die Einfache Befehlsform
3.1. Zoezi la kwanza: Einfache Befehlsform – Erste Übung: Einfache Befehlsform

Cheza!	Spiele!
Imba!	Singe!
Imbeni!	Singt!
Tafsiri!	Übersetze!
Njoo!	Komm!
Nendeni!	Geht!
Leteni!	Bringt!

3.2. Zoezi la pili: Einfache Befehlsform – Zweite Übung: Einfache Befehlsform

Umoja – Einzahl	Wingi – Mehrzahl
Imba!	Imbeni!
Tafsiri!	Chezeni!
Njoo!	Njooni!
Nenda!	
Lete!	

3.3. Zoezi la tatu: Einfache Befehlsform – Dritte Übung: Einfache Befehlsform

Cheza!	Spielt
Imbeni!	Singt!
Imba!	Sing!
Tafsiri!	Übersetze!
Njoo!	Komm!
Nendeni!	Geht!
Leteni!	Bringt!

4. Kusalimiana na kuagana – Begrüßen und Verabschieden

4.1. Zoezi la kwanza: Inaitwaje kwa kiswahili? – Erste Übung: Wie heißt es auf Kiswahili?

a)

Habari ya kuamka?	Wie bist Du aufgewacht? [Neuigkeit des Aufwachens?]
Habari za mchana?	Guten Tag [Neuigkeit des Mittags?]
Habari ya asubuhi?	Guten Morgen [Neuigkeit des Morgens?]
Habari za jioni?	Guten Abend [Neuigkeiten des Abends?]
Nzuri!	gut – Auf Fragen mit ‚habari'
Salama!	friedlich
Hujambo?	Geht es Dir gut?
Sijambo.	Mir geht es gut.

b)

Umelalaje?	Wie hast Du geschlafen?
Umeamkaje?	Wie bist Du aufgewacht? [Du aufgewacht wie?]
Vizuri!	Auf Begrüßungen mit dem Fragepartikel -je
Umeshindaje?	Wie hast Du die Zeit verbracht? [Du verbracht wie?]
Mambo vipi?	Was geht? [Wie sind die Angelegenheiten?]
Poa.	cool
Hamjambo?	Geht es Euch gut?
Hatujambo.	Uns geht es gut.

c)

Kwema?	gut [örtlich
Mzima?	Vollständig?/! Ganz?/! (übertragen: gut)
Shikamoo.	Ich grüße dich respektvoll!
Marahaba.	Ich nehme Deine Begrüßung an.
Hajambo?	Geht es ihm/ihr gut?
Hajambo.	Ihm/Ihr geht es gut.
Kwa kheri./ Kwa kherini.	Auf Wiedersehen [Mit Glück]
Tutaonana Mungu akipenda.	Wir sehen uns, so Gott will.

4.2. Zoezi la pili: Salamu au Maagano – Zweite Übung: Begrüßung oder Verabschiedung

Begrüßung	Verabschiedung
U hali gani	Tutaonana
Habari ya kuamka	Kwa kheri
Shikamoo	Baadaye
Mzima	
Hujambo	

4.3. Zoezi la tatu: Salamu na majibu yanayofaa – Dritte Übung: Begrüßungen und passende Antworten

a)

Mambo	Poa
Hujambo	Sijambo.
Salama?	Salama!
Umelalaje?	Vizuri.
Habari za kuamka?	Nzuri.
Kwa kheri	Kwa kheri.

b)

Vipi?	Safi.
Hamjambo?	Hatujambo!
Kumekucha?	Kumekucha!
Umeamkaje?	Vizuri.
Hujambo?	Sijambo.
Habari za jioni?	Nzuri.

c)

Umeshindaje?	Vizuri.
Hajambo?	Hajambo.
Mambo vipi?	Freshi.
U hali gani?	Salama.
Mzima?	Mzima.
Shikamoo.	Marahaba.

5. Personalpronomen

5.1. Zoezi la kwanza: Umoja au Wingi – Erste Übung: Einzahl oder Mehrzahl

Umoja – Einzahl	Wingi – Mehrzahl
mimi	sisi
yeye	nyinyi
wewe	wao

5.2. Zoezi la pili: Personalpronomen – Zweite Übung: Personalpronomen

Ich	mimi
Du	wewe
Er/ Sie/ Es	yeye
Wir	sisi
Ihr	nyinyi
Sie	wao

6. Wakati uliopo "kuwa" – Gegenwart "sein"

6.1.1. Zoezi la kwanza: "kuwa" – Erste Übung "sein"

Ich bin	mimi ni
Du bist	wewe ni
Er/ Sie/ Es ist	yeye ni
Wir sind	sisi ni
Ihr seid	nyinyi ni
Sie sind	wao ni

6.1.2. Zoezi la pili: "kuwa" – Zweite Übung "sein"

a)

Mimi ni mkulima.	Ich bin eine Bäuerin.
Yeye ni mwanafunzi.	Sie ist eine Schülerin.
Bibi Asha ni mama.	Bibi Asha ist Mutter.
Wao ni wakulima.	Sie sind Bauern.
Nyinyi ni wanafunzi.	Ihr seid Schüler*Innen.
Wao ni wajerumani	Sie sind Deutsche.

b)

Mini na wewe ni wanaadamu.	Ich und Du, wir sind Menschen.
Bi Asha na mzee Paulo ni wazee.	Bi Asha und Mzee Paulo sind alte Leute.
Yeye ni mwalimu.	Er ist Lehrer.
Sisi ni Walimu.	Wir sind Lehrer*innen.
Wao ni wakulima.	Sie sind Bauern/Bäuerinnen.
Mimi ni mtoto.	Ich bin ein Kind.

6.1.3 Zoezi la tatu "kuwa": Tafsiri – Dritte Übung "sein": Übersetze

a)

Mimi na wewe ni watoto.	Ich und Du wir sind Kinder.
Husseni ni mzee.	Hussein ist ein alter Mann.
Bi Asha ni mwanamke.	Bi Asha ist eine Frau.
Wewe ni mwalimu?	Bist Du Lehrer*In?
Yeye ni mwanfunzi.	Er ist Schüler*in.
Sisi ni wajerumani.	Wir sind Deutsche.

b)

Sie ist Tansanier*in.	Yeye ni mtanzania.
Er ist Lehrer.	Yeye ni mwalimu.
Wir sind Schüler*innen.	Sisi ni wanafunzi.
Ich bin Mutter und Du bist Vater.	Mini ni mama, na wewe ni baba.
Upendo ist ein Kind.	Upendo ni mtoto.
Der Lehrer ist ein alter Mann.	Mwalimu ni mzee.

6.2. Kukanusha "kuwa" – Verneinen "sein"

6.2.1. Zoezi la kwanza: Kukanusha "kuwa" – Erste Übung: Verneinen "sein"

Ich bin nicht	mimi si
Du bist nicht	wewe si
Er/ Sie/ Es ist nicht	yeye si
Wir sind nicht	sisi si
Ihr seid nicht	nyinyi si
Sie sind nicht	wao si

6.2.2. Zoezi la pili: Kukanusha "kuwa" – Zweite Übung: Verneinen "sein"

a)

Yeye si mkulima.	Er ist keine Bäuerin/ kein Bauer.
Wao si watangazaji.	Sie sind keine Moderator*innen.
Wao si walimu.	Sie sind keine Lehrer*Innen.
Sisi si Watanzania.	Wir sind keine Tansanier-

b)

Sisi si wanyama.	Wir sind keine Tiere.
Wao si vijana.	Sie sind keine jungen Leute.
Yeye si mkulima.	Er ist kein Bauer.
Sisi si wafaransa.	Wir sind keine Franzosen/ Französinnen.
Je nyinyi ni wakulima?	Seid ihr Bauern/ Bäuerinnen?
Mimi si mtoto.	Ich bin kein Kind.

c)

Mimi ni mkulima.	Ich bin Bauer/ Bäuerin.
Wewe ni mwanfunzi.	Du bist Schüler*in.
Yeye ni mkulima pia.	Sie ist auch Bäuerin.
Sisi ni wanafunzi.	Wir sind Schüler*Innen.
Nyinyi ni walimu.	Ihr seid Lehrer*Innen.
Wao ni wakulima pia.	Sie sind auch Bauern(Bäuerinnen).

6.2.3. Zoezi la tatu: Kukanusha "kuwa" – Dritte Übung: Verneinen "sein"

1. Mzee Hussein ist kein Bauer. – Mzee Hussein si mkulima.
2. Upendo ist eine Schülerin und keine Lehrerin. – Upendo ni mwanafunzi na si mwalimu.
3. Seid ihr Tansanier? – Je, nyinyi ni watanzania?
4. Er ist kein Lehrer, er ist ein Schüler. – Yeye si mwalimu, yeye ni mwanafunzi.
5. Wir sind Deutsche und keine Franzosen. – Sisi ni wajerumani si wafaransa.

7. Kujitambulisha – Sich vorstellen

7.1. Zoezi la kwanza: Klaus na Baraka.– Erste Übung: Klaus und Baraka.

a)

Klaus: Unaitwa nani?	Wie wirst Du genannt?
Baraka: Ninaitwa Baraka. Wewe je?	Ich werde Baraka genannt. Und du?
Klaus: Mimi ni Klaus, ninatoka Ujerumani.	Ich bin Klaus, ich komme aus Deutschland.
Baraka: Karibu sana, Klaus.	Herzlich Willkommen, Klaus.

b)

Klaus: Asante, je unaishi wapi?	Danke. Wo lebst Du?
Baraka: Ninaishi Iringa.	Ich lebe in Iringa.
Klaus: Unafanya kazi gani?	Was machst Du beruflich?
Baraka: Mimi ni mkulima.	Ich bin Bauer.
Klaus: Nimefurahi kukufahamu.	Ich freue mich Dich kennenzulernen.

7.2. Zoezi la pili: Klaus na Baraka wanajitambulisha.– Zweite Übung: Klaus und Baraka stellen sich vor.

1. Anaitwa nani?	Wie heißt er/ sie?
2. Unaitwa Klaus au Baraka?	Heißt Du Klaus oder Baraka?
3. Je, unaishi Berlin au Hamburg?	Wohnst Du in Berlin oder Hamburg?
4. Anaishi Tanga.	Er/ Sie wohnt in Tanga.
5. Anafanya kazi gani?	Welche Arbeit macht er/sie? / Was macht er sie beruflich?
6. Yeye ni mkulima.	Er ist Bauer/ Sie ist Bäuerin.

7.3. Zoezi la tatu: Klaus na Baraka.– Dritte Übung: Klaus und Baraka.

1. Je, Klaus anatoka wapi? Klaus anatoka Ujerumani.
   Woher kommt Klaus? Klaus kommt aus Deutschland.
2. Je, Baraka anaishi Tanga? Hapana, Baraka anaishi Iringa.
   Lebt Baraka in Tanga? Nein, Baraka wohnt in Iringa.
3. Je, Baraka ni mwalimu? Hapana, Baraka si mwalimu. Yeye ni mkulima.
   Ist Baraka Lehrer? Nein, Baraka ist kein Lehrer. Er ist Bauer.
4. Je, Klaus anatoka Tanzania? Hapana, Klaus anatoka Ujerumani.
   Kommt Klaus aus Tanzania? Nein, Klaus kommt aus Deutschland.
5. Je, Baraka na Klaus ni Wakenya? Hapana, Baraka ni mtanzania na Klaus ni mjerumani.
   Sind Baraka und Klaus Kenianer? Nein, Baraka ist Tanzanier und Klaus ist Deutscher.

7.4. Zoezi la nne: Baraka anajitambulisha.– Vierte Übung: Baraka stellt sich vor.

Ninaitwa Baraka.	Ich heiße Baraka.
Ninatoka Bukoba.	Ich komme aus Bukoba.
Ninakaa Iringa, Tanzania.	Ich wohne in Iringa, Tanzania.
Mimi ni mkulima.	Ich bin Bauer.
Ninapenda kucheza karata.	Ich mag es Karten zu spielen.

7.5. Zoezi la tano: Baraka anajitambulisha.– Fünfte Übung: Baraka stellt sich vor.

1. Je Baraka anatoka wapi? Woher kommt Baraka. Baraka anatoka Bukoba. Baraka kommt aus Bukoba.
2. Baraka anakaa Bukoba au Iringa? Wohnt Baraka in Bukoba oder Iringa? Baraka anakaa Iringa. Baraka wohnt in Iringa
3. Je Baraka ni mkulima? Ist Baraka ein Bauer? Ndiyo, Baraka ni mkulima. Ja Baraka ist Bauer.
4. Je Baraka anapenda nini? Was mag Baraka? Baraka anapenda kucheza karata. Baraka mag es Karten zu spielen.
5. Je Baraka ni mkenya au mjerumani? Ist Baraka Kenianer oder Deutscher? Baraka si mkenya wala mjerumani. Baraka ni mtanzania.? Baraka ist weder Kenianer noch Deutscher. Baraka ist Tansanier.

7.6. Zoezi la sita: Baraka anajitambulisha.– Sechste Übung: Baraka stellt sich vor.

1. Baraka ist Tanzanier. Baraka ni mtanzania.
2. Er kommt aus Bukoba aber jetzt lebt er in Iringa. (Yeye) Anatoka Bukoba, lakini sasa anaishi Iringa. / (Yeye) Anatoka Bukoba ila sasa anaishi Iringa.
3. Ich bin Deutsche*r. Und du? Mimi ni mjerumani. Na wewe je?
4. Wir kommen aus Dar es Salaam, aber jetzt wohnen wir in Dodoma. (Sisi) Tunatoka Dar es Salaam, lakini sasa tunaishi Dodoma. / (Sisi) Tunatoka Dar es Salaam, ila sasa tunaishi Dodoma.
5. Ich bin Schüler*in. Mimi ni mwanafunzi.

7.7. Zoezi la saba: Neema anajitambulisha. – Siebte Übung: Neema stellt sich vor.

Jina langu ni Neema.	Mein Name ist Neema.
Ninatoka Mwanza.	Ich komme aus Mwanza.
Ninaishi Iringa, Tanzania.	Ich leben in Iringa, Tansania.
Ninafanya kazi ya uwalimu.	Ich arbeite in der Lehre/ Ich bin Lehrerin.
Mimi ni mke wa Baraka.	Ich bin die Frau Barakas.

7.8. Zoezi la nane: Neema anajitambulisha. – Achte Übung: Neema stellt sich vor.

1. Je Neema anatoka wapi? Woher kommt Neema? Neema anatoka Mwanza. Neema kommt aus Mwanza.
2. Neema anaishi Iringa? Wohnt Neema in Iringa? (Ndiyo), Neema anaishi Iringa. Ja Neema wohnt in Iringa.
3. Je Neema ni mkulima? Ist Neema ein Bäuerin? Hapana, Neema ni mwalimu. Nein Neema ist Lehrerin/ Hapana Neema si mkulima, (mbali/ila) (yeye) ni mwalimu. Nein, Neema ist keine Bäuerin, (sondern) sie ist Lehrerin.
4. Je Neema ni mke wa Mzee Hussein? Ist Neema die Ehefrau von Mzee Hussein? Hapana, Neema si mke wa Mzee Hussein. Neema ni mke wa Baraka. Nein, Neema ist nicht die Frau von Mzee Hussein. Neema ist die Frau von Baraka.
5. Je Neema ni mchina? Ist Neema Chinesin? Hapana, Neema si mchina. Neema ni mtanzania. Nein, Neema ist nicht Chinesin. Neema ist Tansanierin. / Neema si mchina, ila/ mbali ni mtanzania. Neema ist nicht Chinesin, sondern Tansanierin.

7.9. Zoezi la tisa: Neema anajitambulisha. – Neunte Übung: Neema stellt sich vor.

1. Neema ist keine Deutsche, sondern Tansanierin. Neema si mjerumani, mbali (yeye) ni mtanzania. /Neema si mjerumani, ila/ mbali (yeye) ni mtanzania.
2. Sie ist die Frau von Baraka. Yeye ni mke wa Baraka./ Yeye ni mke wake Baraka.
3. Kommst Du auch aus Tanzania? Je, unatoka Tanzania pia?
4. Nein, Ich komme aus Deutschland. Hapana, ninatoka Ujerumani.
5. Neema ist Lehrerin und Baraka ist Bauer. Neema ni mwalimu na Baraka ni mkulima.

7.10. Zoezi la kumi: Upendo anajitambulisha. – Zehnte Übung: Upendo stellt sich vor.

Mimi ni Upendo.	Ich bin Upendo.
Mimi ni Mtanzania.	Ich bin Tansanierin.
Ninakaa Iringa, Tanzania.	Ich wohne in Iringa, Tanzania.
Mimi ni mtoto wa Baraka na Neema.	Ich bin das Kind von Baraka und Neema.
Mimi ni mwanafunzi.	Ich bin Schülerin.
Ninapenda sana kucheza mpira.	Ich spiele sehr gerne Ball.

7.11. Zoezi la kumi na moja: Upendo anajitambulisha.– Elfte Übung: Upendo stellt sich vor.

1. Je, mtoto wa Baraka na Neema anaitwa nani? Wie heißt das Kind von Baraka und Neema?
   Anaitwa Upendo. / Mtoto wa Baraka na Neema anaitwa Upendo. – Es heißt Upendo. / Das Kind von Baraka und Neema heißt Upendo.
1. Upendo anaishi Dar es Salaam ? Wohnt Upendo in Dar es Salaam?
   Hapana, Upendo anaishi Iringa. Nein, Upendo wohnt in Iringa.
2. Je, Upendo ni Mkenya? Ist Upendo ein Kenianerin?
   Hapana, Upendo si Mkenya, (mbali/ ila) (yeye) ni Mtanzania. Nein, Upendo ist keine Kenianerin, (sondern) sie ist Tansanierin.

3. Je, Upendo anapenda sana kucheza mpira? Spielt Upendo gerne Ball? / Mag es Upendo sehr, Ball zu spielen?
   Ndiyo, Upendo anapenda sana kucheza mpira. Ja, Upendo mag es sehr Ball zu spielen.
4. Je, Upendo ni mtoto wa Bi Asha na Mzee Hussein? Ist Upendo das Kind von Bi Asha und Mzee Hussein?
   Hapana, Upendo si mtoto wa Bi Asha na Mzee Hussein, (mbali/ ila) (yeye) ni mtoto wa Baraka na Neema. Nein, Upendo ist nicht das Kind von Bi Asha und Mzee Hussein, (sondern) (sie) ist das Kind von Baraka und Neema.

7.12. Zoezi la kumi na mbili: Upendo anajitambulisha.– Zwölfte Übung: Upendo stellt sich vor.

1. Upendo ist Tansanierin? (Je,) Upendo ni Mtanzania?
2. Upendo spielt gerne Karten oder spielt sehr gerne Ball? Upendo anapenda kucheza Karata au anapenda sana kucheza mpira.
3. Upendo kommt aus Iringa und wohnt in Iringa? Upendo anatoka Iringa na anaishi Iringa.
4. Upendo ist keine Lehrerin, sie ist Schülerin./ Upendo si mwalimu, (yeye) ni mwanafunzi.
5. Upendo ist nicht das Kind von Mzee Hussein und Bi Asha, sondern von Baraka und Neema? Upendo si mtoto wa Mzee Hussein na Bi Asha, (mbali/ ila) (yeye) ni mtoto wa Baraka na Neema.

7.13. Zoezi la kumi na tatu: Kujitambulisha – Dreizehnte Übung: Das sich Vorstellen

1. Mimi ni Klaus. (Mimi) ninatoka Ujerumani. (Mimi) ninakaa München. Mimi ni mwalimu.
2. Mimi ni Daniel. (Mimi) ninatoka Ujerumani. (Mimi) ninakaa Augsburg. Mimi ni mwalimu.
3. Yeye ni Klaudia. (Yeye) anatoka Tanzania. (Yeye) anakaa Arusha. Mimi ni mkulima.

4. Sisi ni Pedro na Maria. (Sisi) tunatoka Mzumbiji. (Sisi) tunakaa Maputo. Sisi ni mwanafunzi wa chuo kikuu.

5. 5Wao ni Luis na Hanna. (Wao) wanatoka Ufaransa. (Wao) wanakaa Lyon. Wao ni wafaransa.

8. Nominalklassen 1 (ki/vi und m/wa)

8.1. Zoezi la kwanza: Nominalklassen 1 [ki/vi]. – Erste Übung: Nominalklassen 1 [ki/vi]

a)

kitu	Ding
kisosi	Unterteller
choo	Toilette
kitanda	Bett
kiti	Stuhl
kinu	Mörser
kiazi	Kartoffel
kitambaa	Tuch
chumba	Zimmer

b)

kitabu	Buch
kikapu	Korb
kidole	Finger
chandarua	Moskitonetz
kijiko	Löffel
kichwa	Kopf
kifua	Brust
kisiwa	Insel

c)

kiingereza	English
kiatu	Schuh
kijerumani	Deutsch
kipande	Stück

kisu	Messer
chakula	Essen
kiswahili	Suaheli
chungu	Tontopf

8.2. Zoezi la pili: Nominalklassen 1 [ki/vi] – Zweite Übung: Nominalklassen 1 [ki/vi]

Umoja – Einzahl	Wingi – Mehrzahl
choo	vitu
kiti	vyumba
kinu	vyandarua
kitanda	viti
kisosi	vipande
viazi	visosi
kikapu	viazi
chumba	vitabu
kitambaa	vitabu
	vyoo

8.3. Zoezi la tatu: Nominalklassen 1 [ki/vi] – Dritte Übung: Nominalklassen 1 [ki/vi]

kiti	viti (Stühle)
kichwa	vichwa (Köpfe)
kiazi	viazi (Kartoffeln)
kisiwa	visiwa (Insel)
chandarua	vyandarua (Moskitonetze)
kitabu	vitabu (Bücher)
kisu	visu (Messer)
choo	vyoo (Toiletten)
kijiko	vijiko (Löffel)
chumba	vyumba (Zimmer)
kidole	vidole (Finger)
kitambaa	vitambaa (Tücher)
kiatu	viatu (Schuhe)
chakula	vyakula (Essen, Speisen, Gerichte)

8.4. Zoezi la nne: Nominalklassen 1 [m/wa] – Vierte Übung: Nominalklassen 1 [m/wa]

mwanadamu	Mensch
mpishi	Koch
mwanasiasa	Politiker
mkunga	Hebamme
mfanyabiashara	Händler, Geschäftsmann/-frau
msanii	Künstler
mwalimu wa chekechea	Kindergärtner
mgonjwa	Kranker
mwanajeshi	Soldat

8.5. Zoezi la tano: Nominalklassen 1 [m/wa] – Fünfte Übung: Nominalklassen 1 [m/wa]

Umoja – Einzahl	Wingi – Mehrzahl
mhasibu; mwanasheria, mwinjilisti muhandisi, mgeni, mlevi, mzungu mtangazaji, mwandishi wa habari / mhindi	wanyama, waganga, wanasheria, wachungaji, wahudumu, wenyeji, wadudu, wajinga wenyeji

8.6. Zoezi la sita: Nominalklassen 1 [m/wa] – Sechste Übung: Nominalklassen 1 [m/wa]

1. Mimi ni Mchina. – Ich bin Chinese/Chinesin.
2. Yeye si Mjerumani. – Er/Sie ist nicht Deutsche(r).
3. Mimi ni mwalimu. – Ich bin Lehrer*in.
4. Sisi ni wakulima. – Wir sind Bauern/ Bäuerinnen.
5. Yeye si mtoto. – Er/Sie ist keine Kind.
6. Sisi ni Wajerumani. – Wir sind Deutsche.
7. Wewe ni mwanfunzi? – Bist du Schüler*in?
8. Mimi si mvuvi, mimi ni mhandisi. – Ich bin kein Fischer, ich bin Handwerker.

9. Genitivkonstruktion

9.1. Zoezi la kwanza: Genitivkonstruktion – Erste Übung: Genitivkonstruktion

Der Tontopf des Kochs	Chungu cha mpichi.
Der Reporter/ Die Reporterin	Mwandishi wa habari
Der Gästestuhl	Kiti cha wageni
Die Schuhe des Bauern	Viatu vya mkulima
Die Menschen aus Frankreich, die Franzosen/Französinnen	Watu wa Ufaransa
Das Mittagessen	Chakula cha mchana

9.2. Zoezi la pili: Genitivkonstruktion – Zweite Übung: Genitivkonstruktion

1. Kiti cha mwalimu. – Der Stuhl des Lehrers/ der Lehrerin
2. Vikapu vya Mama. – Die Körber der Mutter
3. Vijiko vya wanafunzi. – Die Löffel der Schüler*innen
4. Visiwa vya Tanzania. – Die Inseln Tansanias
5. Viatu vya wakulima. – Die Schuhe der Bauern/ Bäuerinnen.

9.3. Zoezi la tatu: Genitivkonstruktion – Dritte Übung: Genitivkonstruktion

a)
kiti cha mwalimu
=> Viti vya mwalimu - Die Stühle der Lehrer*in
=> Viti vya walimu - Die Stühle der Lehrer*innen.
kisiwa cha Kenya
=> Visiwa vya Kenya - Die Inseln Kenias
kiatu cha mtoto
=> Viatu vya mtoto - Die Schuhe des Kinde
=> viatu vya watoto - Die Schuhe der Kinder
kichwa cha mnyama
=> vichwa wa wanyama – Die Köpfe der Tiere/ die Tierköpfe
chungu cha mpishi
=> vyungu vya mpishi – Die Tontöpfe des Koches/ der Köchin
=>vyungu vya wapishi. – Die Tontöpfe der Köch*innen

b)

mwalimu wa shule
=> walimu wa shule – Die Lehrer*innen der Schule
mwanafunzi wa chekechea
=> wanafunzi wa chekechea – Die Schüler*innen des Kindergartens/ Die Kindergartenschüler*innen
mtu wa Ujerumani
=> watu wa Ujerumani – Die Menschen Deutschlands/ die Deutschen
mpishi wa shule
=> wapishi wa shule – die Köche der Schule / Die Schulköche
mnyama wa Tanzania
=> wanyama wa Tanzania – Die Tiere Tansanias

10. Wakati uliopo "kuwa na" – Gegenwart "haben"

10.1. Zoezi la kwanza: "kuwa na" – Erste Übung: "haben"

a)

Ich habe (bin mit)	nina
Du hast (bist mit)	una
Er/ Sie/ Es hat (ist mit)	ana
Wir haben (sind mit)	tuna
Ihr habt (seid mit)	mna
Sie haben (sind mit)	wana

b)

Ich habe nicht (bin nicht mit)	sina
Du hast nicht (bist nicht mit)	huna
Er/ Sie/ Es hat nicht (ist nicht mit)	hana
Wir haben nicht (sind nicht mit)	hatuna
Ihr habt nicht (seid nicht mit)	hamna
Sie haben nicht (sind nicht mit)	hawana

10.2. Zoezi la pili: "kuwa na" – Zweite Übung: "haben"

1. Mwalimu hana kiti.	Die Lehrerin hat keinen Stuhl (Platz).
2. Je, kiti kina mtu?	Hat der Stuhl einen Menschen? (Ist der Stuhl besetzt)

3. Hapana, kiti hakina mtu, karibu	Nein der Stuhl ist nicht besetzt
4. Je, una kaka au dada	Hast Du einen Bruder oder eine Schwester.
5. Sina kaka na sina dada	Ich habe keinen Bruder und keine Schwester.
6. Hatuna vijiko wala visu nyumbani.	Wir haben weder Löffel noch Messer zuhause.
7. Wanafunzi wana vitabu?	Die Schüler*Innen besitzen Bücher.
8. Je, una vikapu?	Hast Du Körbe?
9. Mimi sina vikapu.	Ich habe keine Körbe.
10. Lakini nina vyungu.	Aber ich habe Tontöpfe.
11. Viazi vina vidole?	Haben Kartoffeln Finger?
12. Hapana, viazi havina vidole!	Nein, Kartoffeln haben keine Finger.
13. Watu na wanyama wana vidole.	Menschen und Tiere haben Finger.

10.3. Zoezi la tatu: "kuwa na" – Dritte Übung: "haben"

Je, Josephine ana miaka kumi?	b) Josephine ana miaka tisa, si miaka kumi.
Josephine ana kaka?	c) Ndiyo, Josephine ana kaka.
Josephine hana dada, sahihi?	c) Ni sahihi, Josephine hana dada.
Josephine ni mama na ana watoto?	a) Josephine si mama, Josephine ni mtoto.
	c) Yeye hana watoto, yeye ni mtoto.
Jikoni wana vitu gani?	c) Jikoni wana vyungu, vijiko, visu na vikombe.
Katika chumba cha kulala wana vitu gani?	b) Katika chumba cha kulala wana vitanda na vyandarua

11. Satzbildung mit Subjekt und Prädikat

11.1. Zoezi la kwanza: ‚Satzbildung Subjekt & Prädikat' – 1 Übung: ‚Satzbildung Subjekt & Prädikat'

a)

Ich singe.	Ninaimba.
Du singst.	Unaimba.
Er/ Sie/ Es singt.	Anaimba.
Wir singen.	Tunaimba.
Ihr singt.	Mnaimba.
Sie singen.	Wanaimba.

b)

Ich spiele.	Ninacheza.
Du spielst.	Unacheza.
Er/ Sie/ Es spielt.	Anacheza.
Wir spielen	Tunacheza.
Ihr spielt.	Mnacheza.
Sie spielen	Wanacheza.

c)

Ich gehe.	Ninatembea.
Du gehst	Unatembea.
Er/Sie geht.	Anatembea.
Wir gehen.	Tunatembea.
Ihr geht.	Mnatembea.
Sie gehen	Wanatembea.

d)

Ich unterhalte mich.	Ninaongea.
Du unterhältst dich.	Unaongea.
Er/ Sie/ Es unterhält sich	Anaongea.
Wir unterhalten uns.	Tunaongea.
Ihr unterhaltet euch.	Mnaongea.
Sie unterhalten sich.	Wanaongea.

e)

Ich koche.	Ninapika.
Du kochst.	Unapika.
Er/ Sie/ Es kocht.	Anapika.
Wir kochen	Tunapika.
Ihr kocht	Mnapika.
Sie kochen.	Wanapika.

f)

Ich denke.	Ninafikiri.
Du denkst.	Unafikiri.
Er/ Sie/ Es denkt.	Anafikiri.
Wir denken.	Tunafikiri.
Ihr denkt.	Mnafikiri.
Sie denken.	Wanafikiri.

11.2. Zoezi la pili: ‚Satzbildung mit Subjekt und Prädikat' – Zweite Übung: ‚Satzbildung mit Subjekt und Prädikat'

a)

Ich sang.	Niliimba
Du sangst.	Uliimba.
Er/ Sie/ Es sang.	Aliimba.
Wir sangen.	Tuliimba.
Ihr sangt.	Mliimba.
Sie sangen.	Waliimba.

b)

Ich spielte.	Nilicheza.
Du spieltest.	Ulicheza.
Er/ Sie/ Es spielte.	Alicheza.
Wir spielten.	Tulicheza.
Ihr spieltet.	Mlicheza.
Sie spielten.	Walicheza.

c)

Ich ging.	Nilitembea.
Du gingst.	Ulitembea.
Er/ Sie/ Es ging.	Alitembea.

Wir gingen.	Tulitembea.
Ihr gingt.	Mlitembea.
Sie gingen.	Walitembea.

d)

Ich sprach.	Niliongea.
Du sprachst..	Uliongea.
Er/ Sie/ Es sprach.	Aliongea.
Wir sprachen.	Tuliongea.
Ihr spracht.	Mliongea.
Sie sprachen	Waliongea.

e)

Ich kochte.	Nilipika.
Du kochtest	Ulipika.
Er/ Sie/ Es kochte.	Alipika.
Wir kochten	Tulipika.
Ihr kochtet.	Mlipika.
Sie kochten.	Walipika.

f)

Ich dachte.	Nilifikiri.
Du dachtest.	Ulifikiri.
Er/ Sie/ Es dachte.	Alifikiri.
Wir dachten.	Tulifikiri.
Ihr dachtet.	Mlifikiri.
Sie dachten.	Walifikiri.

11.3. Zoezi la tatu: ,Satzbildung mit Subjekt und Prädikat' – Dritte Übung: ,Satzbildung mit Subjekt und Prädikat'

a)

Ich werde singen.	Nitaimba
Du wirst singen.	Utaimba.
Er/ Sie/ Es wird singen.	Ataimba.
Wir werden singen.	Tutaimba.
Ihr werdet singen.	Mtaimba.
Sie werden singen.	Wataimba.

b)

Ich werde spielen.	Nitacheza.
Du wirst spielen.	Utacheza.
Er/ Sie/ Es wird spielen.	Atacheza.
Wir werden spielen.	Tutacheza.
Ihr werdet spielen.	Mtacheza.
Sie werden spielen.	Watacheza.

c)

Ich werde gehen.	Nitatembea.
Du wirst gehen.	Utatembea.
Er/ Sie/ Es wird gehen.	Atatembea.
Wir werden gehen.	Tutatembea.
Ihr werdet gehen.	Mtatembea.
Sie werden gehen.	Watatembea.

d)

Ich werde sprechen.	Nitaongea.
Du wirst sprechen.	Utaongea.
Er/ Sie/ Es wird sprechen.	Ataongea.
Wir werden sprechen.	Tutaongea.
Ihr werdet sprechen.	Mtaongea.
Sie werden sprechen.	Wataongea.

e)

Ich werde kochen.	Nitapika.
Du wirst kochen.	Utapika.
Er/ Sie/ Es wird kochen.	Atapika.
Wir werden kochen.	Tutapika.
Ihr werdet kochen.	Mtapika.
Sie werden kochen.	Watapika.

f)

Ich werde denken.	Nitafikiri.
Du wirst denken.	Utafikiri.
Er/ Sie/ Es wird denken.	Atafikiri.
Wir werden denken.	Tutafikiri.
Ihr werdet denken.	Mtafikiri.
Sie werden denken.	Watafikiri.

11.4. Zoezi la nne: ‚Satzbildung mit Subjekt und Prädikat' – Vierte Übung: ‚Satzbildung mit Subjekt und Prädikat'

a)

Ich habe gesungen.	Nimeimba
Du hast gesungen.	Umeimba.
Er/ Sie/ Es hat gesungen.	Ameimba.
Wir haben gesungen.	Tumeimba.
Ihr habt gesungen.	Mmeimba.
Sie haben gesungen.	Wameimba.

b)

Ich habe gespielt.	Nimecheza.
Du hast gespielt.	Umecheza.
Er/ Sie/ Es hat gespielt.	Amecheza.
Wir haben gespielt.	Tumecheza.
Ihr habt gespielt.	Mmecheza.
Sie haben gespielt.	Wamecheza.

c)

Ich werde gehen.	Nimetembea.
Du wirst gehen.	Umetembea.
Er/ Sie/ Es wird gehen.	Ametembea.
Wir werden gehen.	Tumetembea.
Ihr werdet gehen.	Mmetembea.
Sie werden gehen.	Wametembea.

d)

Ich habe gesprochen.	Nimeongea.
Du hast gesprochen.	Umeongea.
Er/ Sie/ Es hat gesprochen.	Ameongea.
Wir haben gesprochen.	Tumeongea.
Ihr habt gesprochen.	Mmeongea.
Sie haben gesprochen.	Wameongea.

e)

Ich habe gekocht.	Nimepika.
Du hast gekocht.	Umepika.
Er/ Sie/ Es hat gekocht.	Amepika.

Wir haben gekocht.	Tumepika.
Ihr habt gekocht.	Mmepika.
Sie haben gekocht.	Wamepika.

f)

Ich haben gedacht.	Nimefikiri.
Du hast gedacht.	Umefikiri.
Er/ Sie/ Es hat gedacht.	Amefikiri.
Wir haben gedacht.	Tumefikiri.
Ihr habt gedacht.	Mmefikiri.
Sie haben gedacht.	Wamefikiri.

11.5. Zoezi la tano: ‚Satzbildung mit Subjekt und Prädikat' – Fünfte Übung: ‚Satzbildung mit Subjekt und Prädikat'

a)

Ich singe.	Ninaimba.
Ich werde singen.	Nitaimba.
Ich habe gesungen.	Nimeimba.
Ich sang.	Niliimba

b)

Du spielst.	Unacheza.
Du wirst spielen.	Utacheza.
Du hast gespielt.	Umecheza.
Du spieltest.	Ulicheza

c)

Er/ Sie geht.	Anatembea.
Er/Sie wird gehen.	Atatembea.
Er/Sie ist gegangen.	Ametembea.
Er/Sie ging.	Alitembea.

d)

Wir sprechen	Tunaongea
Wir werden sprechen.	Tutaongea.
Wir haben gesprochen.	Tumeongea.
Wir sprachen.	Tuliongea.

e)

Ihr kocht	Mnapika.
Ihr werdet kochen.	Mtapika.
Ihr habt gekocht.	Mmepika.
Ihr kochtet.	Mlipika

f)

Sie denken.	Wanafikiri.
Sie werden denken.	Watafikiri.
Sie haben gedacht.	Wamefikiri.
Sie dachten.	Walifikiri.

11.6. Zoezi la sita: ‚Satzbildung mit Subjekt und Prädikat' – Sechste Übung: ‚Satzbildung mit Subjekt und Prädikat'

1. Nimeimba wimbo. – Ich habe ein Lied gesungen.
2. Umecheza karata? – Hast Du Karten gespielt?
3. Mlipika chakula? – Habt ihr Essen gekocht?/ Kochtet ihr Essen?
4. Tumeongea na wageni. – Habt ihr mit den Gästen gesprochen?
5. Wamefikiri kwamba wewe ni mwalimu. – Sie haben gedacht, dass du Lehrer*in bist.
6. Ametembea polepole hadi nyumbani. [hadi – bis] – Er ist langsam nach Hause gegangen.
7. Nimeshiba. – Ich bin satt.
8. Amelala hadi asubuhi. – Er/ Sie schlief bis zum Morgen/ morgens.
9. Alisema hana viatu. – Er/ Sie sagte er/sie hat keine Schuhe.
10. Wamekula chakula. – Sie haben das Essen gegessen.

11.7. Zoezi la saba: ‚Satzbildung mit Subjekt und Prädikat' – Siebte Übung: ‚Satzbildung mit Subjekt und Prädikat'

1. Jana tulitembea nyingi.
2. Jana tulilala mapema.
3. Juzi jioni alitoka nje.
4. Leo wanatembelea Ujerumani.
5. Sasa tunaelewa sana.
6. Kesho mtarudia mazoezi.
7. Juzi ulipika chakula?
8. Umejibu swali?
9. Kesho nitakuja nyumbani.
10. Kesho kutwa nitasoma kitabu.

12. Possessivpronomen

12.1. Zoezi la kwanza: ‚Possessivpronomen' – Erste Übung: ‚Possessivpronomen'

a) ki/vi Klasse Singular

mein	changu
dein	chako
sein	chake
unser	chetu
euer	chenu
ihr	chao

b) ki/vi Klasse Plural

meine	vyangu
deine	vyako
seine	vyake
unsere	vyetu
eure	vyenu
ihre	vyao

c) m/wa [watu] Klasse (Singular und Plural)

mein(e)	wangu
dein(e)	wako
sein(e)	wake
unser(e)	wetu
euer(e)	wenu
ihr(e)	wao

12.2. Zoezi la pili: ‚Possessivpronomen' – Zweite Übung: ‚Possessivpronomen'

a)

kikombe changu – Meine Tasse => vikombe vyangu = Meine Tassen

mtoto wangu – Mein Kind => watoto wangu – Meine Kinder

kikapu changu – Mein Korb => vikapu vyangu – Meine Körbe

mwalimu wangu – Mein*e Lehrer*in => walimu wangu – Meine Lehrer*innen

b)

chandarua chako – Dein Moskitonetz => vyandarua vyako – Deine
Moskitonetze

mwanafunzi wako – Dein*e Schüler*in => wanafunzi wako – Dein*e
Schüler*innen

kidole chako – Dein Finger => vidole vyako – Deine Finger

mnyama wako – Dein Tier => wanyama wako – Dein*e Tiere

c)

kiazi chake – Seine Kartoffel => viazi vyake – Seine/ Ihre Kartoffeln

mpishi wake – Sein/Ihr Koche/ Köchin => wapishi wake – Seine/ Ihre Köche/
Köchinnen

chumba chake – Sein/ Ihr Zimmer => vyumba vyake – Seine/ Ihre Zimmer

mgeni wake – Sein/ Ihr Gast => wageni wake – Seine/ Ihre Gäste

d)

kitanda chetu – Unser Bett => vitanda vyetu – Unsere Betten

mgeni wetu – Unser Gast => wageni wetu – Unsere Gäste

kitambaa chetu – Unser Tuch => vitambaa vyetu – Unsere Tücher

msanii wetu – Unser Künstler*in => wasanii wetu – Unsere Künstler*innen

e)

chumba chenu – Euer Zimmer => vyumba vyenu – Eure Zimmer

mchungaji wenu – Unser*e Pfarrer*in/ Priester*in => wachungaji wenu –
Unser*e Pfarrer*innen/ Priester*innen

kichwa chenu – Euer Kopf => vichwa vyenu – Eure Köpfe

mwanasheria wenu – Unser*e Jurist*in => wanasheria wenu – Unser*e
Jurist*innen

f)

kisu chao – Ihr Messer => visu vyao – Ihre Messer

mkunga wao – Ihre Hebamme => wakunga wao – Ihre Hebammen

kipande chao – Ihr Stück/ Teil => vipande vyao – Ihre Stücke/ Teile

mhudumu wao – Ihr*e Angestellte*r => wahudumu wao – Ihre Angestellten

12.3. Zoezi la tatu: ‚Possessivpronomen' – Dritte Übung: ‚Possessivpronomen'

Kisu chake kimeanguka.	Sein/ Ihr Messer ist heruntergefallen.
Kipande changu kimepotea.	Mein (An-)Teil ist verloren gegangen.
Chungu chao kimevunjika.	Ihr Tontopf ist zerbrochen.
Mwalimu wake amefika.	Ihr*e Lehrer*in ist angekommen
Walimu wake walirudi.	Seine/ Ihre Lehrer*innen kamen zurück.
Mhudumu anafanya kazi nyumbani.	Der/Die Angestellte arbeitet zuhause.
Vijiko vyao vina bei.	Ihre Löffel sind teuer.
Mwizi aliingia chumbani.	Der/Die Dieb*in trat ins Zimmer ein.

12.4. Zoezi la nne: ‚Possessivpronomen' – Vierte Übung: ‚Possessivpronomen'

1. Visu vyake vina bei. – Seine/ Ihre Messer sind teuer.
2. Chakula chao ni viazi tu. – Ihr Essen sind nur Kartoffeln.
3. Chungu chetu kimepotea. – Unser Tontopf ist verloren gegangen.
4. Kesho walimu wetu watafundisha tena. – Unsere Lehrer*innen werden morgen wieder unterrichten.
5. Wanafunzi wao wamerudi nyumbani. – Ihre Schüler*innen sind nach Hause zurückgekehrt.
6. Wahudumu wamemaliza kazi. – Die Angestellten haben die Arbeit abgeschlossen/ beendet.
7. Nina vijiko vyako na kisu chako. – Ich habe deine Löffel und Dein Messer.
8. Mwizi alitoka chumbani. – Der Dieb/ Die Diebin verließ das/ kam aus dem Zimmer.
9. Wazazi wako wanatoka wapi? – Woher kommen/ stammen Deine Eltern?